Impressum
Verlag: BABADADA GmbH, Nedderfeld 112 , 22529 Hamburg
Geschäftsführer / Verlagsleitung: Harald Hof
Druck: Books on Demand GmbH, In de Tarpen 42, 22848 Norderstedt

Imprint
Publisher: BABADADA GmbH, Nedderfeld 112 , 22529 Hamburg, Germany
Managing Director / Publishing direction: Harald Hof
Print: Books on Demand GmbH, In de Tarpen 42, 22848 Norderstedt, Germany

phòng học
教室

chia
除

186/2

bảng viết
黑板

sân trường
校园

giáo viên
老师

giấy
纸

viết
书写

cây bút
钢笔

bàn làm việc
办公桌

cây thước
直尺

sách
书

học sinh
学生

cặp đeo vai học sinh

书包

hộp đựng bút

铅笔盒

bút chì

铅笔

cái gọt bút chì

卷笔刀

cục tẩy

橡皮擦

tập giấy vẽ

画板

bản vẽ

图画

cọ vẽ

画笔

hộp mực vẽ

颜料盒

cây kéo

剪刀

keo dán

胶水

sách bài tập

练习册

bài tập ở nhà

家庭作业

số

数字

2+2

cộng

加

5-2

trừ

减

2×2

nhân

乘

tính toán

计算

A

chữ cái

字母

ABCDEFG
HIJKLMN
OPQRSTU
VWXYZ

bảng chữ cái

字母表

hello

từ

字

văn bản

课文

đọc

读

phấn viết

粉笔

bài học

上课

sổ lớp

登记

thi kiểm tra

考试

chứng chỉ

证书

đồng phục học sinh

校服

giáo dục

教育

từ điển bách khoa

百科全书

đại học

大学

kính hiển vi

显微镜

bản đồ

地图

thùng rác giấy

废纸篓

khách sạn
酒店

nhà trọ
青年旅社

quầy đổi tiền
外币兑换处

va li
手提箱

xe ô tô
汽车

ngôn ngữ

语言

có / không

是/否

ô kê

好的

Xin chào

您好

thông dịch viên

翻译员

cám ơn

谢谢

... bao nhiêu tiều?

......多少钱？

tôi không hiểu

我不明白

vấn đề

问题

Xin chào! (buổi tối)

晚上好！

xin chào! (buổi sáng)

早上好！

chúc ngủ ngon!

晚安！

tạm biệt

再见

hướng đi

方向

hành lý

行李

túi xách

包

túi ba lô

双肩包

khách

客人

phòng

房间

túi ngủ

睡袋

lều

帐篷

thông tin du lịch

旅游信息

bãi biển

海滩

thẻ tín dụng

信用卡

ăn sáng

早餐

ăn trưa

午餐

ăn tối

晚餐

vé xe

票

thang máy

电梯

tem bưu điện

邮票

biên giới

边界

hải quan

海关

đại sứ quán

大使馆

thị thực

签证

hộ chiếu

护照

máy bay
飞机

tàu thủy
船

xe cứu hỏa
消防车

xe buýt
公交车

xe tải
卡车

xuồng máy
汽艇

xe đạp
自行车

xe ô tô
汽车

phà

摆渡船

xuồng

小船

xe máy

摩托车

xe cảnh sát

警车

xe đua

赛车

xe cho thuê

租车

dịch vụ thuê xe tự lái

拼车

xe kéo cứu hộ

拖车

xe rác

垃圾车

động cơ

发动机

xăng

汽油

trạm xăng

加油站

biển báo giao thông

交通标志

giao thông

交通

ách tắc giao thông

交通堵塞

bãi đậu xe

停车场

nhà ga

火车站

đường ray

轨道

xe lửa

火车

tàu điện

电车

toa xe

货车

máy bay trực thăng

直升机

sân bay

机场

tháp

塔

hành khách

乘客

côngtenơ

集装箱

thùng các-tông

纸板箱

xe đẩy

手推车

cái giỏ

篮子

cất cánh / hạ cánh

起飞/降落

thành phố
城市

làng

村庄

trung tâm thành phố

市中心

nhà

房子

rạp chiếu phim
电影院

quảng cáo
广告

đèn đường
路灯

đường phố
街道

taxi
出租车

quán ăn nhẹ
小吃店

người đi bộ
行人

vỉa hè
人行道

ngã tư giao thông
十字路口

phần đường có vạch cho người đi bộ
斑马线

thùng rác lớn
垃圾箱

đèn hiệu giao thông
红绿灯

CINEMA

nhà chòi

小屋

căn hộ

公寓

nhà ga

火车站

tòa thị chính

市政厅

viện bảo tàng

博物馆

trường học

学校

đại học

大学

ngân hàng

银行

bệnh viện

医院

khách sạn

酒店

hiệu thuốc

药房

văn phòng

办公室

hiệu sách

书店

cửa hiệu

商店

cửa hiệu bán hoa

花店

siêu thị

超市

chợ

市场

cửa hàng bách hóa

百货商店

người bán cá

鱼店

trung tâm mua bán

购物中心

bến cảng

海港

công viên

公园

ghế băng

长凳

cầu

桥

cầu thang

楼梯

tàu điện ngầm

地铁

đường hầm

隧道

trạm xe buýt

公交车站

quán bar

酒吧

khách sạn

餐馆

hòm thư công cộng

邮筒

bảng hiệu đường

路标

đồng hồ đậu xe

停车计时器

vườn bách thú

动物园

bể bơi

游泳馆

nhà thờ Hồi giáo

清真寺

nông trại

农场

ô nhiễm môi trường

污染

nghĩa trang

墓地

nhà thờ

教堂

sân chơi

操场

ngôi đền

寺庙

phong cảnh
地形

lá cây
树叶

bảng chỉ đường
指示牌

lối đi
路

bãi cỏ
草地

hòn đá
石头

cây
树

người đi bộ đường dài
徒步旅行者

sông
河

cỏ
草

bông hoa
花

thung lũng

峡谷

đồi

山

hồ nước

湖

rừng

森林

sa mạc

沙漠

núi lửa

火山

lâu đài

城堡

cầu vồng

彩虹

nấm

蘑菇

cây cọ

棕榈树

con muỗi

蚊子

con ruồi

苍蝇

con kiến

蚂蚁

con ong

蜜蜂

con nhện

蜘蛛

bọ cánh cứng

甲虫

con ếch

青蛙

con sóc

松鼠

con nhím

刺猬

con thỏ

野兔

con cú

猫头鹰

con chim

鸟

thiên nga

天鹅

heo rừng

野猪

con hươu

鹿

nai sừng tấm

麋鹿

đê

水坝

tuabin gió

风力发电机

tấm năng lượng mặt trời

太阳能电池板

khí hậu

气候

bồi bàn
服务员

thực đơn
菜单

ghế
椅子

súp
汤

bánh pizza
披萨饼

khăn trải bàn
桌布

bộ dao nĩa ăn
餐具

món ăn khai vị

前菜

món ăn chính

主菜

món tráng miệng

甜点

thức uống

饮料

thức ăn

食物

cái chai

瓶子

thức ăn nhanh

快餐

thức ăn đường phố

街边小吃

ấm trà

茶壶

hộp đường

糖盒

khẩu phần

一份饭菜

máy pha espresso

意式咖啡机

ghế cao

高脚椅

hóa đơn

账单

khay

托盘

dao

刀

nĩa

餐叉

thìa

勺子

thìa uống trà

茶匙

khăn ăn

餐巾

cốc thủy tinh

玻璃杯

đĩa

碟子

đĩa súp

汤盘

đĩa lót cốc

碟子

nước sốt

酱

lọ muối

盐瓶

cái xay tiêu

胡椒磨

giấm

醋

dầu

食用油

gia vị

调味料

nước xốt cà chua

番茄酱

tương hạt cải

芥末

nước sốt mayonnaise

蛋黄酱

chào giá đặc biệt
特价

khách hàng
顾客

sản phẩm từ sữa
乳制品

FOR

trái cây
水果

xe đẩy mua sắm
购物车

lò mổ

肉铺

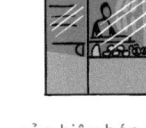

cửa hiệu bán bánh mì

面包房

cân nặng

称重

rau quả

蔬菜

thịt

肉

thức ăn đông lạnh

冷冻食品

lát thịt nguội

冷盘

đồ hộp

罐头食品

bột giặt

洗衣粉

đồ ngọt

甜食

sản phẩm dùng trong gia đình

日用品

chất tẩy rửa

清洁用品

người bán hàng

销售员

quầy trả tiền

收银机

nhân viên thu ngân

收银员

danh sách mua sắm

购物清单

giờ mở cửa

开放时间

ví tiền

钱包

thẻ tín dụng

信用卡

túi đeo

袋子

túi ny lông

塑料袋

nước

水

nước quả ép

果汁

sữa

牛奶

coca-cola

可乐

rượu vang

红酒

bia

啤酒

cồn

酒

cacao

可可

trà

茶

cà phê

咖啡

espresso

意式浓缩咖啡

cappuccino

卡布奇诺

chuối

香蕉

quả táo

苹果

quả cam

橙子

dưa hấu

西瓜

chanh

柠檬

cà rốt

胡萝卜

tỏi

大蒜

tre

竹子

củ hành

洋葱

nấm

蘑菇

hạt dẻ

坚果

mì

面条

mì spaghetti

意大利面条

cơm

米饭

xà lách

沙拉

khoai tây chiên

薯条

khoai tây chiên

炸土豆

bánh pizza

披萨饼

bánh hamburger

汉堡包

bánh mì sandwich

三明治

thịt côtlet

炸猪排

thịt giăm bông

火腿

xúc xích

萨拉米

dồi

香肠

gà

鸡肉

rán

烤肉

cá

鱼

cháo yến mạch

燕麦片

cháo muesli

穆兹利

bánh bột ngô nướng

玉米片

bột mì

面粉

bánh sừng bò

羊角面包

bánh mì

面包卷

bánh mì

面包

bánh mì nướng

烤面包

bánh bích quy

饼干

bơ

黄油

sữa đông

凝乳

bánh ngọt

蛋糕

trứng

蛋

trứng rán

煎蛋

pho mát

奶酪

kem

冰激凌

đường

糖

mật ong

蜂蜜

mứt

果酱

kem nougat

巧克力酱

cà ri

咖喱饭

thức ăn - 食物

nhà nông trại
农舍

kiện rơm
稻草捆

nhà vựa
粮仓

cánh đồng
田野

con ngựa
马

xe moóc
拖车

máy kéo
拖拉机

ngựa con
马驹

con lừa
驴

con cừu
羊

cừu con
羔羊

con dê

山羊

con bò

奶牛

con bê

牛犊

con lợn

猪

lợn con

小猪

bò đực

公牛

con ngỗng

鹅

con vịt

鸭

gà con

小鸡

gà mái

母鸡

gà trống

公鸡

con chuột

鼠

mèo

猫

chuột nhắt

老鼠

bò đực

牛

con chó

狗

nhà chuồng chó

狗屋

ống tưới vườn cây

花园浇水软管

thùng tưới cây

洒水壶

lưỡi hái

长柄大镰刀

cái cày

犁

cái liềm

镰刀

cái cuốc

锄头

cái chĩa

长柄草耙

cái rìu

斧头

xe cút kít

独轮手推车

máng ăn

饲料槽

lọ sữa

牛奶罐

bao tải

麻布袋

hàng rào

栅栏

chuồng

马厩

nhà kính trồng cây

温室

đất trồng

土壤

hạt giống

种子

phân bón

肥料

máy gặt đập liên hợp

联合收割机

thu hoạch

收割

mùa thu hoạch

收割

khoai lang

山药

lúa mì

小麦

đậu nành

大豆

khoai tây

土豆

ngô

玉米

hạt cải dầu

油菜籽

cây ăn trái

果树

sắn

树薯

ngũ cốc

谷物

ống khói
烟囱

mái nhà
屋顶

ống máng mước mưa
落水管

cửa sổ
窗户

ga ra
车库

chuông cửa
门铃

cửa
门

thùng rác
垃圾桶

hòm thư
信箱

vườn
花园

phòng khách

客厅

phòng tắm

浴室

bếp

厨房

phòng ngủ

卧室

phòng trẻ em

儿童房

phòng ăn

餐厅

nền nhà

地板

tường

墙壁

trần nhà

吊顶

tầng hầm

地窖

tắm hơi

桑拿

ban công

阳台

sân hiên

露台

bể bơi

游泳池

máy cắt cỏ

割草机

khăn trải giường

被单

khăn trải giường

床罩

giường

床

chổi

扫帚

cái xô

水桶

công tắc điện

开关

giấy dán tường
壁纸

hình ảnh
照片

đèn
台灯

cái kệ
搁架

tủ
橱柜

lò sưởi
壁炉

ti vi
电视机

bông hoa
花

gối
垫子

ghế sofa
沙发

bình hoa
花瓶

điều khiển từ xa
遥控器

thảm

地毯

rèm

窗帘

cái bàn

餐桌

ghế

椅子

ghế bập bênh

摇椅

ghế bành

扶手椅

sách

书

cái chăn

毯子

đồ trang trí

装饰品

củi

木柴

phim

电影

máy hi-fi

高保真音响

chìa khóa

钥匙

báo

报纸

bức tranh

油画

áp phích

海报

radio

收音机

sổ ghi chép

笔记本

máy hút bụi

吸尘器

cây xương rồng

仙人掌

cây nến

蜡烛

tủ lạnh
冰箱

lò viba
微波炉

cái cân trong bếp
厨房秤

máy nướng bánh
烤面包机

chất tẩy rửa
洗洁精

lò nướng
烤箱

ngăn tủ đông lạnh
冰柜

thùng rác
垃圾桶

máy rửa bát
洗碗机

lò nấu

炊具

nồi

锅

nồi sắt

铸铁锅

chảo

炒锅

chảo

平底锅

ấm đun nước

水壶

nồi đun hơi

蒸锅

khay lò nướng

烤盘

bát đĩa

陶瓷锅

cốc

马克杯

cái bát

碗

đũa

筷子

cái vá

长柄勺

bàn xẻng

铲子

que đánh kem

搅拌器

rây dùng trong bếp

滤网

cái rây lọc

筛子

cái nạo

磨碎机

vữa

研钵

vỉ nướng

烧烤

ngọn lửa trần

明火

cái thớt

菜板

trục cán bột

擀面杖

cái mở nút chai

开瓶器

vỏ đồ hộp

罐子

cái mở vỏ đồ hộp

开罐器

miếng nhấc nồi

隔热手套

bồn rửa bát

水槽

bàn chải

刷子

miếng xốp

海绵

máy xay

搅拌机

tủ đông lạnh

冷藏箱

bình sữa cho trẻ sơ sinh

奶瓶

vòi nước

水龙头

vòi hoa sen
淋浴

lò sưởi
供暖设备

khăn lau
毛巾

rèm che ngăn tắm
浴帘

tắm bọt
泡沫浴

bồn tắm
浴缸

cốc thủy tinh
玻璃杯

máy giặt
洗衣机

gạch lát
瓷砖

vòi nước
水龙头

cái bô
便壶

bồn rửa bát
水槽

bồn cầu

厕所

bồn cầu ngồi xổm

蹲便器

bồn rửa hậu môn

坐浴器

bồn tiểu tiện

小便池

giấy vệ sinh

厕纸

bàn chải cọ bồn cầu

马桶刷

bàn chải đánh răng

牙刷

kem đánh răng

牙膏

chỉ nha khoa

牙线

rửa

洗

vòi sen cầm tay

手持式喷淋头

vòi rửa hậu môn

冲洗器

bồn rửa

洗脸盆

bàn chải cọ lưng

擦背刷

xà phòng

肥皂

sữa tắm

沐浴露

dầu gội

洗发水

khăn cọ để tắm

法兰绒

lỗ thoát nước

排水

kem

乳霜

chất khử mùi

除臭剂

gương

镜子

gương tay

手镜

dao cạo râu

剃须刀

kem cạo râu

剃须泡沫

nước thơm dùng sau khi cạo râu

须后水

cái lược

梳子

bàn chải

刷子

máy xấy tóc

吹风机

keo xịt tóc

喷发定型剂

đồ trang điểm

化妆品

thỏi son môi

唇膏

sơn bôi móng

指甲油

bông

化妆棉

kéo cắt móng

指甲剪

nước hoa

香水

túi đựng đồ tắm

洗漱包

ghế đẩu

凳子

cái cân

计重秤

áo choàng tắm

浴袍

găng tay làm vệ sinh

橡胶手套

nút gạc

卫生棉条

băng vệ sinh

卫生巾

nhà vệ sinh hóa chất

化学厕所

phòng trẻ em
儿童房

đồng hồ báo thức
闹钟

thú bông
毛绒玩具

xe đồ chơi
玩具车

cái lúc lắc
拨浪鼓

nhà búp bê
玩具屋

món quà
礼物

bong bóng

气球

giường

床

xe nôi

（洋娃娃用）婴儿车

trò chơi bài

扑克牌

trò chơi ghép hình

拼图

truyện tranh

漫画

42   phòng trẻ em - 儿童房

gạch Lego

乐高积木

khối xếp hình

积木玩具

nhân vật hành động

玩具人

áo liền quần cho trẻ sơ sinh

婴儿服

đĩa nhựa để ném

飞盘

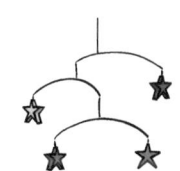

đồ chơi treo trên giường

床铃玩具

trò chơi cờ bàn

棋盘游戏

xúc xắc

骰子

đồ chơi xe lửa mô hình

火车模型

ti giả

安抚奶嘴

buổi tiệc

聚会

sách tranh

绘本

quả bóng

球

búp bê

洋娃娃

chơi

玩

hố cát

沙坑

cái đu

秋千

đồ chơi

玩具

máy chơi game cầm tay

游戏机

xe ba bánh

三轮车

gấu bông

泰迪熊

tủ quần áo

衣柜

y phục

衣服

bít tất

袜子

bít tất dài

长袜

quần tất

紧身裤

khăn choàng cổ
围巾

ô che mưa
雨伞

áp phông
T恤

dây thất lưng
皮带

ủng
靴子

dép đi trong nhà
拖鞋

giày sneaker
运动鞋

dép xăng đan
凉鞋

giày
鞋

ủng cao su
雨靴

quần lót
内裤

áo ngực
胸罩

áo vest
背心

y phục - 衣服

45

áo ôm sát cơ thể

身体

quần dài

裤子

quần bò

牛仔裤

váy

短裙

áo cánh

女式衬衫

áo sơ mi

衬衫

áo len chui đầu

套头衫

áo len

卫衣

áo blazer

西装夹克

áo jacket

夹克

áo khoác

外套

áo mưa

雨衣

trang phục

套装

áo váy

连衣裙

áo cưới

婚纱

bộ com lê

西装

áo ngủ

睡袍

pijama

睡衣

trang phục sari

莎丽

khăn trùm đầu

头巾

khăn đội đầu

包头巾

áo burka

波卡

áo captan

卡夫坦

áo aba

(阿拉伯式)长袍

quần áo bơi

泳衣

quần bơi

男式泳裤

quần đùi

短裤

quần áo tracksuit

运动服

tạp dề

围裙

găng tay

手套

cái cúc

纽扣

kính mắt

眼镜

vòng đeo tay

手链

vòng cổ

项链

nhẫn

戒指

hoa tai

耳环

mũ lưỡi trai

便帽

cái mắc treo áo quần

衣架

mũ

帽子

cà vạt

领带

dây kéo phéc mơ tuya

拉链

mũ bảo hiểm

头盔

dây đeo quần

背带

đồng phục học sinh

校服

đồng phục

制服

yếm trẻ em

围兜

ti giả

安抚奶嘴

tã lót

尿不湿

văn phòng
办公室

máy chủ
服务器

tủ hồ sơ
文件柜

máy in
打印机

màn hình
显示屏

giấy
纸

chuột máy tính
鼠标

bàn làm việc
办公桌

thư mục
文件夹

bàn phím
键盘

thùng rác giấy
废纸篓

ghế
椅子

máy tính
电脑

cốc cà phê

咖啡杯

máy tính bỏ túi

计算器

internet

因特网

laptop

笔记本电脑

thư

信件

tin nhắn

消息

điện thoại di động

手机

mạng

网络

máy photocopy

复印机

phần mềm

软件

điện thoại

电话

ổ cắm điện

插座

máy fax

传真机

mẫu đơn

表格

chứng từ

文件

mua
买

trả tiền
付钱

buôn bán
交易

tiền
现金

đô la
美元

Euro
欧元

yên
日元

rúp
卢布

franc Thụy Sĩ
瑞士法郎

nhân dân tệ
人民币

rupi
卢比

máy rút tiền tự động
提款处

quầy đổi tiền

外币兑换处

vàng

金

bạc

银

dầu

石油

năng lượng

能源

giá tiền

价格

hợp đồng

合同

thuế

税金

cổ phiếu

股票

làm việc

工作

nhân viên

职员

chủ lao động

老板

nhà máy

工厂

cửa hiệu

商店

nhân viên cảnh sát
警官

lính cứu hỏa
消防员

đầu bếp
厨师

bác sĩ
医生

phi công
飞行员

người làm vườn

园丁

thợ mộc

木匠

thợ may

裁缝

chánh án

法官

nhà hóa học

化学家

diễn viên

演员

tài xế xe buýt

公交车司机

người lái taxi

出租车司机

ngư dân

渔夫

người lau dọn vệ sinh

清洁女工

thợ lợp mái nhà

屋顶工

bồi bàn

服务员

thợ săn

猎人

họa sĩ

画家

thợ làm bánh

面包师

thợ điện

电工

thợ xây dựng

建筑工人

kỹ sư

工程师

người hàng thịt

屠夫

thợ sửa ống nước

水管工

người đưa thư

邮递员

người lính

士兵

kiến trúc sư

建筑师

nhân viên thu ngân

收银员

người bán hoa

花农

thợ cắt tóc

理发师

nhân viên soát vé

售票员

thợ cơ khí

机械师

thuyền trưởng

船长

nha sĩ

牙医

nhà khoa học

科学家

giáo sĩ Do thái

拉比

lãnh tụ Hồi giáo

伊玛目

nhà sư

和尚

mục sư

牧师

cây búa
铁锤

kìm
钳子

tua vít
螺丝刀

cờ lê
扳手

đèn pin
手电筒

máy xúc đất

挖掘机

hộp dụng cụ

工具箱

cái thang

梯子

cưa

锯子

đinh

钉子

máy khoan

钻机

sửa chữa

修

cái xẻng

铲子

khốn nạn!

靠！

cái hót rác

簸箕

thùng sơn

油漆桶

vít

螺丝

nhạc cụ
乐器

loa
扬声器

bộ trống
打击乐器 ◄

đàn ghi ta
吉他 ◄

đàn công tra bát
低音提琴

kèn trompet
小号

đàn piano

钢琴

đàn vĩ cầm

小提琴

ghi ta bass

贝斯

trống định âm

定音鼓

trống

鼓

đàn organ

电子琴

kèn Saxophone

萨克斯管

sáo

长笛

micro

麦克风

lối vào
入口

con cọp
老虎

lồng
笼子

ngựa vằn
斑马

thức ăn gia súc
动物饲料

gấu trúc
熊猫

động vật

动物

con voi

大象

chuột túi

袋鼠

tê giác

犀牛

khỉ đột

大猩猩

con gấu

熊

lạc đà

骆驼

đà điểu

鸵鸟

sư tử

狮子

con khỉ

猴子

hồng hạc

火烈鸟

con vẹt

鹦鹉

gấu bắc cực

北极熊

chim cánh cụt

企鹅

cá mập

鲨鱼

con công

孔雀

con rắn

蛇

cá sấu

鳄鱼

người trông giữ vườn bách thú

动物园管理员

hải cẩu

海豹

báo đốm

美洲豹

ngựa lùn

矮种马

con báo

豹

hà mã

河马

hươu cao cổ

长颈鹿

đại bàng

老鹰

heo rừng

野猪

cá

鱼

con rùa

龟

hải mã

海象

con cáo

狐狸

linh dương

羚羊

bóng bầu dục Mỹ
橄榄球

đua xe đạp
骑自行车

quần vợt
网球

bóng rổ
篮球

bơi
游泳

đấm bốc
拳击

khúc côn cầu trên băng
冰球

bóng đá
英式足球

cầu lông
羽毛球

điền kinh
田径

bóng ném
手球

trượt tuyết
滑雪

polo
马球

nhảy 跳

cười 笑

ôm 拥抱

đi bộ 走路

ca hát 唱

mơ 做梦

cầu nguyện 祈祷

hôn 亲吻

viết
书写

vẽ
画

chỉ trỏ
展示

đẩy
推

cho
给

lấy đi
拿

có

有

làm

做

thì / là

当

đứng

站

chạy

跑

kéo

拉

ném

扔

rơi

摔倒

nằm

躺

chờ đợi

等待

mang vác

携带

ngồi

坐

mặc quần áo

穿衣

ngủ

睡觉

thức dậy

醒来

xem

看

khóc

哭

vuốt ve

抚摸

chải

梳头

nói chuyện

交谈

hiểu

明白

câu hỏi

问

nghe

听

uống

喝

ăn

吃

dọn dẹp

清理

yêu

爱

nấu nướng

做饭

lái xe

开车

bay

飞

đi thuyền buồm

航行

tính toán

计算

đọc

读

học

学习

làm việc

工作

cưới

结婚

khâu vá

缝

đánh răng

刷牙

giết

杀

hút thuốc

抽烟

gửi đi

寄

bà nội (ngoại)
祖母

ông nội (ngoại)
祖父

cha
父亲

mẹ
母亲

trẻ con
婴童

con gái
女儿

con trai
儿子

khách

客人

cô (dì)

阿姨

chú, bác (cậu)

叔叔

anh (em) trai

兄弟

chị (em) gái

姐妹

trán
前额

mắt
眼睛

mặt
脸

cằm
下巴

ngực
乳房

vai
肩膀

ngón tay
手指

bàn tay
手

cánh tay
手臂

chân
腿

trẻ con

婴童

đàn ông

男人

phụ nữ

女人

bé gái

女孩

bé trai

男孩

đầu

头

lưng

背部

bụng

肚子

rốn

肚脐

ngón chân

脚趾

gót chân

脚后跟

xương

骨头

hông

臀部

đầu gối

膝盖

khuỷu tay

手肘

mũi

鼻子

mông

屁股

da

皮肤

má

脸颊

tai

耳朵

môi

嘴唇

miệng

嘴

răng

牙齿

lưỡi

舌头

não

脑

tim

心脏

cơ bắp

肌肉

phổi

肺

gan

肝脏

dạ dày

胃

thận

肾脏

giao hợp

性交

bao cao su

避孕套

noãn

卵子

tinh dịch

精子

mang thai

怀孕

kinh nguyệt

月经

âm vật

阴道

dương vật

阴茎

lông mày

眉毛

tóc

头发

cổ

脖子

bệnh viện
医院

xe cứu thương
救护车

xe lăn
轮椅

gãy xương
骨折

bác sĩ

医生

phòng cấp cứu

急诊室

y tá

护士

cấp cứu

紧急情况

bất tỉnh

昏迷

cơn đau

痛

bị thương

受伤

chảy máu

出血

nhồi máu cơ tim

心脏病发作

đột quỵ

中风

dị ứng

过敏

ho

咳嗽

sốt

发烧

cúm

流感

tiêu chảy

腹泻

đau đầu

头痛

ung thư

癌症

bệnh tiểu đường

糖尿病

bác sĩ phẫu thuật

外科医生

dao mổ

手术刀

giải phẫu

手术

chụp cắt lớp

CT

chụp x-quang

X光

siêu âm

超声波

mặt nạ

口罩

bệnh

疾病

phòng đợi

候诊室

cái nạng

拐杖

băng dán vết thương

石膏

băng bó

绷带

tiêm thuốc

注射

ống nghe khám bệnh

听诊器

băng ca

担架

nhiệt kế

体温计

sinh đẻ

出生

thừa cân

超重

máy trợ thính

助听器

chất khử trùng

消毒液

nhiễm trùng

感染

vi rút

病毒

HIV / AIDS

艾滋病

thuốc

药物

tiêm chủng

接种疫苗

thuốc viên

药片

viên thuốc

药丸

gọi cấp cứu

急救电话

máy đo huyết áp

血压计

bệnh / khỏe mạnh

生病/健康

cứu!

救命！

báo động

警报

cuộc đột kích

突击

sự tấn công

攻击

mối nguy hiểm

危险

lối thoát hiểm

紧急出口

cháy!

着火啦！

bình chữa cháy

灭火器

tai nạn

意外

bộ dụng cụ sơ cứu

急救箱

SOS

呼救信号

cảnh sát

警察

châu Âu

欧洲

Bắc Mỹ

北美洲

Nam Mỹ

南美洲

châu Phi

非洲

châu Á

亚洲

châu Úc

澳洲

Đại Tây Dương

大西洋

Thái Bình Dương

太平洋

Ấn Độ Dương

印度洋

Nam Cực Dương

南冰洋

Bắc Băng Dương

北冰洋

bắc cực

北极

nam cực

南极

nam cực

南极洲

trái đất

地球

đất liền

陆地

biển

海

đảo

岛

quốc gia

国家

nhà nước

国家

mặt đồng hồ

钟面

kim chỉ giờ

时针

kim chỉ phút

分针

kim chỉ giây

秒针

Bây giờ là mấy giờ?

现在几点？

ngày

天

thời gian

时间

bây giờ

现在

đồng hồ điện tử

电子表

phút

分

giờ

时

tuần lễ
周

thứ Hai / 周一
thứ Tư / 周三
thứ Sáu / 周五
thứ Ba / 周二
thứ Bảy / 周六
thứ Năm / 周四
Chủ Nhật / 周日

hôm qua

昨天

hôm nay

今天

ngày mai

明天

buổi sáng

早晨

buổi trưa

中午

buổi tối

晚上

ngày làm việc

工作日

cuối tuần

周末

mưa
雨

cầu vồng
彩虹

gió
风

tuyết
雪

mùa xuân
春

mùa hè
夏

mùa thu
秋

mùa đông
冬

dự báo thời tiết

天气预报

nhiệt kế

温度计

ánh nắng

阳光

mây

云

sương mù

雾

độ ẩm không khí

潮湿

tia chớp

闪电

sấm sét

打雷

cơn bão

风暴

mưa đá

冰雹

gió mùa

季风

lũ lụt

洪水

nước đá

冰

tháng Một

一月

tháng Hai

二月

tháng Ba

三月

tháng Tư

四月

tháng Năm

五月

tháng Sáu

六月

tháng Bảy

七月

tháng Tám

八月

tháng Chín
九月

tháng Mười
十月

tháng Mười Một
十一月

tháng Mười Hai
十二月

hình dạng
形状

hình tròn
圆形

hình vuông
正方形

hình chữ nhật
长方形

hình tam giác
三角形

hình cầu
球体

khối vuông
立方体

màu trắng

白

màu vàng

黄

màu cam

橙

màu hồng

粉

màu đỏ

红

màu tím

紫

màu xanh dương

蓝

màu xanh lá cây

绿

màu nâu

棕

màu xám

灰

màu đen

黑

nhiều / ít

很多/少许

tức tối / điềm tĩnh

生气/平静

xinh đẹp / xấu xí

美/丑

bắt đầu / kết thúc

首/尾

to / nhỏ

大/小

sáng / tối

明/暗

anh (em) trai / chị (em) gái

兄弟/姐妹

sạch / bẩn

干净/肮脏

đủ / thiếu

完整/缺失

ngày / đêm

白天/晚上

chết / sống

死/生

rộng / chật hẹp

宽/窄

ăn được / không ăn được

可食用/非食用

ác / tử tế

邪恶/善良

hào hứng / chán nản

兴奋/无聊

béo / gầy

胖/瘦

đầu tiên / cuối cùng

第一/最后

bạn / thù

朋友/敌人

đầy / rỗng

满/空

cứng / mềm

硬/软

nặng / nhẹ

重/轻

đói / khát

饿/渴

bệnh / khỏe mạnh

生病/健康

bất hợp pháp / hợp pháp

非法/合法

thông minh / ngu

聪明/愚笨

trái / phải

左/右

gần / xa

近/远

mới / cũ

新/旧

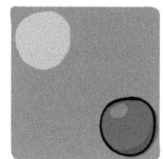

không có gì cả / có cái gì đó

没有/有些

già / trẻ

老/幼

bật / tắc

开/关

mở / đóng

打开/合上

im lặng / ồn ào

安静/吵闹

giàu / nghèo

富/穷

đúng / sai

对/错

sần sùi / mịn màng

粗糙/光滑

buồn / vui

伤心/高兴

ngắn / dài

短/长

chậm / nhanh

慢/快

ẩm ướt / khô ráo

湿/干

ấm áp / mát mẻ

温暖/凉爽

chiến tranh / hòa bình

战争/和平

0

só không

零

1

một

一

2

hai

二

3

ba

三

4

bốn

四

5

năm

五

6

sáu

六

7

bảy

七

8

tám

八

9

chín

九

10

mười

十

11

mười một

十一

12

mười hai

十二

13

mười ba

十三

14

mười bốn

十四

15

mười lăm

十五

16

mười sáu

十六

17

mười bảy

十七

18

mười tám

十八

19

mười chín

十九

20

hai mươi

二十

100

một trăm

百

1.000

một ngàn

千

1.000.000

một triệu

百万

tiếng Anh

英语

tiếng Anh Mỹ

美式英语

tiếng Quan Thoại

普通话

tiếng Hin-di

印地语

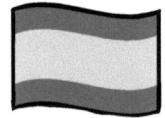

tiếng Tây Ban Nha

西班牙语

tiếng Pháp

法语

tiếng Ả-rập

阿拉伯语

tiếng Nga

俄语

tiếng Bồ Đào Nha

葡萄牙语

tiếng Bengal

孟加拉语

tiếng Đức

德语

tiếng Nhật

日语

tôi
我

bạn
你

anh ta / cô ta / nó
他/她/它

chúng tôi
我们

các bạn
你们

họ
他们

ai?
谁？

cái gì?
什么？

như thế nào?
怎样？

ở đâu?
哪里？

lúc nào?
什么时候？

tên
名字

phía sau

后面

ở trong

里面

phía trước

前面

phía trên

上方

ở trên

上面

ở dưới

下面

bên cạnh

旁边

ở giữa

中间

chỗ

地点